manzana

táo

pera

lê

naranja

cam

limón

chanh

uvas

nho

fresa

dâu tây

sandía

dưa hấu

coco

dừa

plátano

chuối

frambuesa

mâm xôi

kiwi

kiwi

cereza

anh đào

arándano

việt quất xanh

ciruela

mận

melocotón

đào

higo

sung

piña

**dứa

mango

xoài

caqui

quả hồng

coliflor

bông cải trắng

calabacín

bí ngòi

berenjena

cà tím

zanahoria

cà rốt

patata

khoai tây

repollo

cải bắp

tomate

cà chua

espinacas

rau chân vịt

brócoli

bông cải xanh

guisantes

đậu hà lan

calabaza

bí ngô

calabaza

bí đỏ

aguacate

bơ

alcachofa

atisô

seta

nấm

rábano

củ cải

ajo

tỏi

cebolla

hành tây

remolacha

củ cải đường

puerro

tỏi tây

pimiento

ớt chuông

chile

ớt

espárragos

măng tây

www.ingramcontent.com/pod-product-compliance
Lightning Source LLC
LaVergne TN
LVHW071626180726
843512LV00002B/252